Ninaweza kuwa nini?

Maelezo ya taaluma ya STUH/STEM kutoka A mpaka Z

TIFFANI TEACHEY

Hati miliki © 2020 ya Tiffani Teachey

Kimeandikwa na Tiffani Teachey

Kimefafanuliwa na Naday Meldova

Kimetafsiriwa na Bahati Harrison kwa kushirikiana na InspireHER STEM

Haki zote zimehifadhiwa. Hakuna sehemu ya kitabu hiki inaweza kutumiwa au kupigwa chapa kwa njia yoyote ile kabla ya kupata ruhusa ya mwandishi kupitia maandishi.

ISBN: 978-1-7358289-7-8

Kimechapishwa na Thrive Edge Publishing

Kitabu hiki ni zawadi kwa mamangu, Annie Ruth Teachey, muelimishaji, na kumbukumbu yenye mapenzi kwa babangu, Bobby Teachey I, mfanyabiashara. Walinitia thamani ya elimu na kunifundisha kwamba ukiiamini basi unaweza kuipata!

Kutana na jopo la STUH/STEM

Sayansi, Teknolojia, Uhandisi na Hisabati (STUH) ni sehemu ya kila kipengele cha maisha yetu. Acha tuchunguze na kusafiri pamoja na jopo la STUH/STEM la watoto wakiwakilisha taaluma mbalimbali za STUH/STEM kutoka A-Z.

A Astronaut

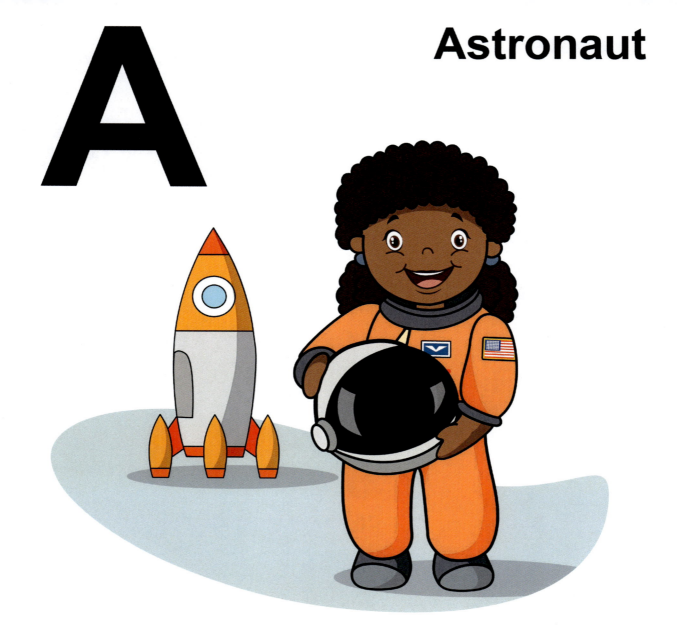

Mwanaanga

Wanaanga wamepewa ujuzi wa kusafiri angani.

B

Biologists

Wana biolojia

Wanabiolojia ni wanasayansi watafiti wanaochunguza binadamu, wanyama na mimea.

C

Civil Engineer

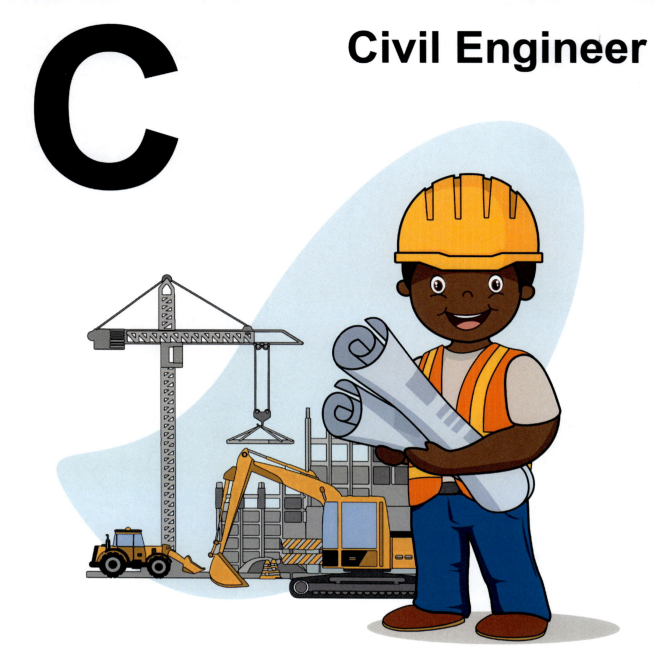

Mhandisi wa ujenzi

Wahandisi wa ujenzi hubuni na kujenga barabara, majengo, viwanja vya ndege na madaraja wanapolinda mazingira yetu.

D

Doctor

Daktari

Madaktari hutumia dawa kudumisha na kurejesha afya ya binadamu.

E

Electrical Engineer

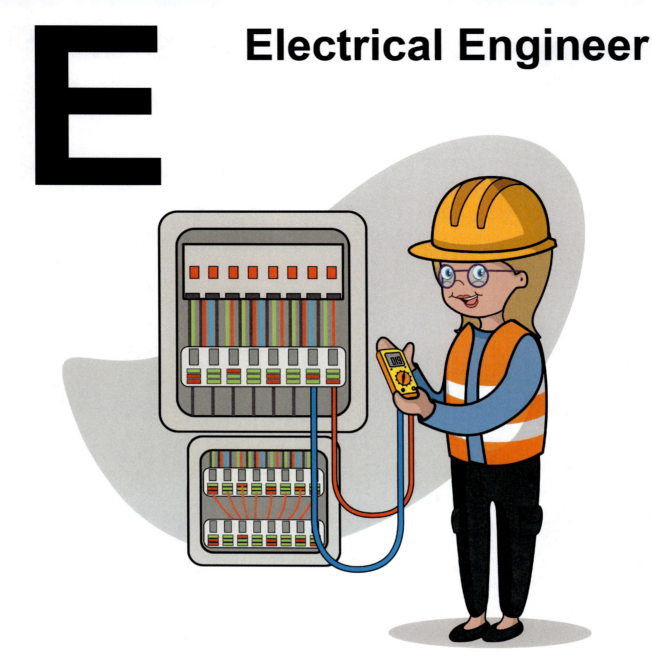

Mhandisi wa umeme

Wahandisi wa umeme wanapima na kukuza vyombo vya kielektroniki, nyaya na nguzo za umeme.

F

Forester

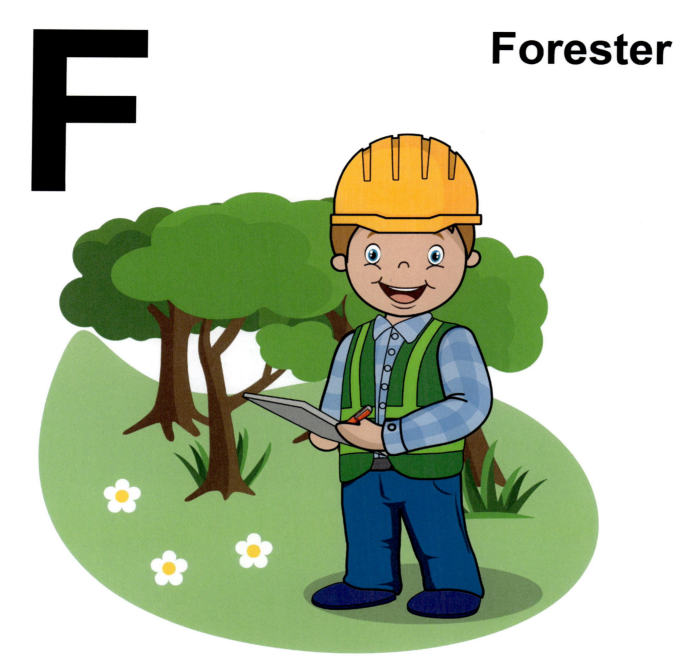

Mwanamisitu

Wanamisitu hudhibiti mashamba ya misitu, mbuga, nyanda za malisho na maliasili nyingine.

G

Geologist

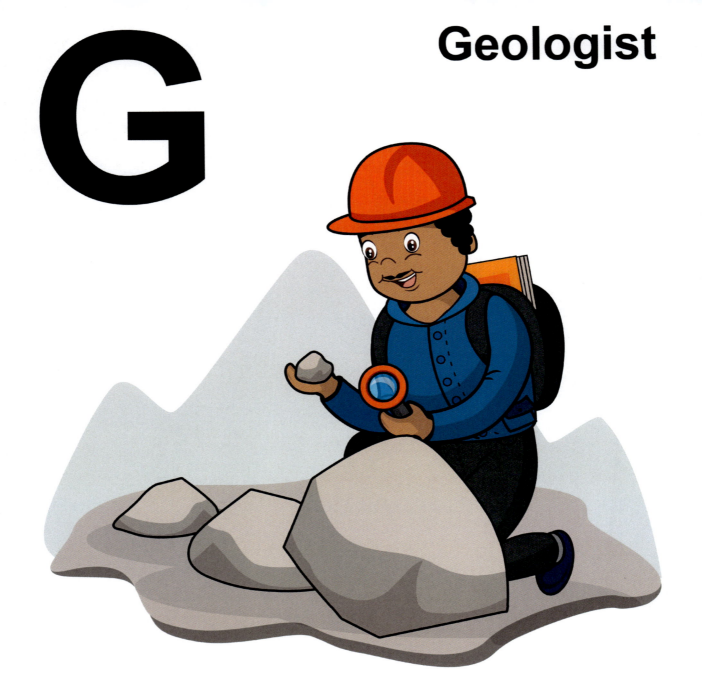

Mwanajiolojia

Wanajiolojia huchunguza miamba na michakato asili inayohusishwa na miamba.

H

Hydrologists

Mwanahaidrolojia/ Mtaalam wa maji

Mwanahaidrolojia huchunguza mikondo ya maji.

Information Technologist

Mwanateknolojia wa habari

Wanateknolojia wa habari hukuza na kutekeleza vifaa vya kompyuta na mifumo ya programu.

J

Jet Engineer

Mhandisi wa ndege

Wahandisi wa ndege hubuni na kujenga injini za ndege.

K

Kinesiologist

Mtaalam wa kinesi

Wataalamu wa kinesi hutafiti na kuchunguza miondoko ya mwili wa binadamu inavyochangia kuimarisha afya na usawa wa mtu.

L

Landscape Architect

Mbunifu wa mazingira

Mbunifu wa mazingira huchora na kupamba mazingira ya nje.

M Mechanical Engineer

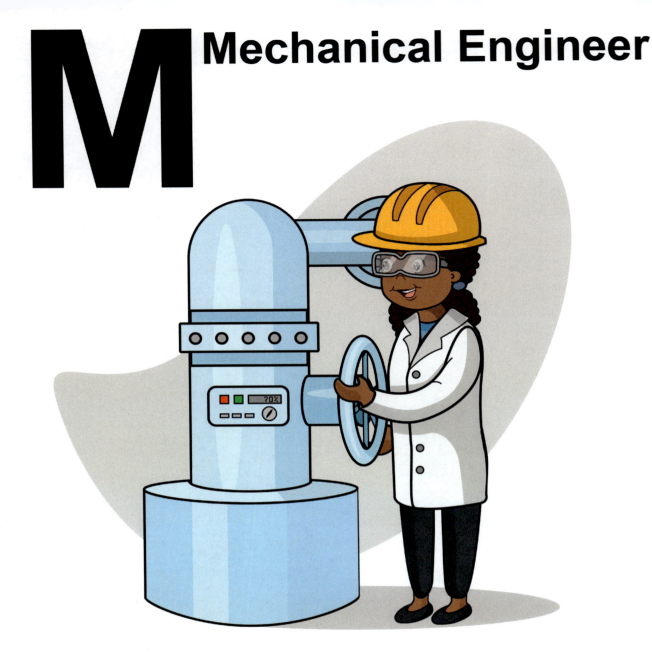

Mhandisi wa mitambo

Wahandisi wa mitambo hubuni, huzalisha na huendesha mashine zinazozalisha nguvu.

N

Nurse

Muuguzi

Wauguzi hujali afya ya wagonjwa.

O

Orthodontist

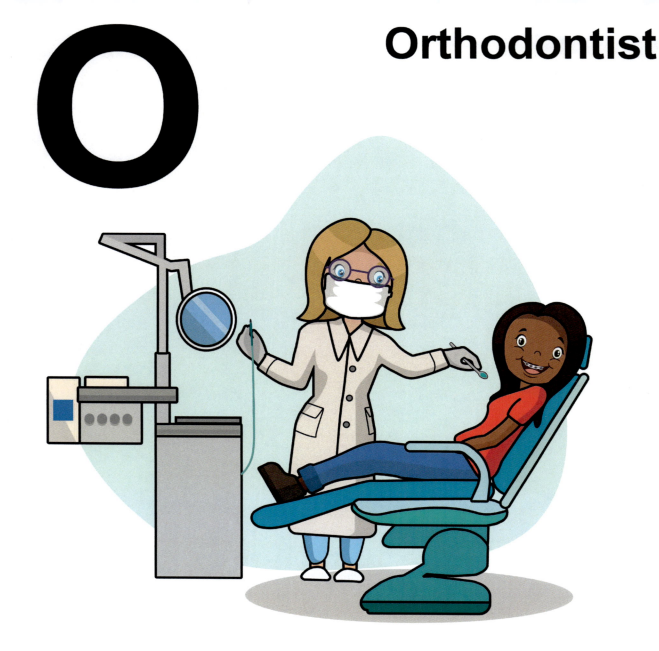

Mtaalamu wa meno

Mtaalam wa meno huimarisha tabasamu la mgonjwa kwa kutumia gango, vishikio na bandi.

P

Pediatrician

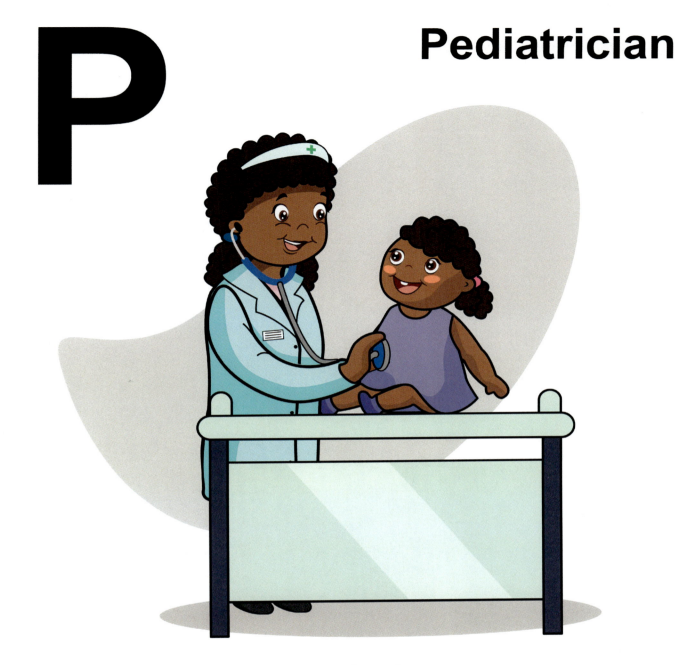

Daktari wa watoto

Daktari wa watoto hutoa huduma za afya kwa watoto wachanga sana, watoto na vijana.

Q Quality Engineer

Mhandisi wa ubora

Wahandisi wa ubora huhakikisha kwamba vitu ni vya ubora mzuri.

R

Robotics Engineer

Mhandisi wa roboti

Wahandisi wa roboti hubuni na kujenga roboti zinazotekeleza kazi mbalimbali.

S

Statistician

Mwanatakwimu

Wanatakwimu hukusanya na kuchambua data ili kufanya uamuzi.

T Transmission Engineer

Mhandisi wa usambazaji wa umeme

Los ingenieros de transmisión analizan y diseñan líneas y cables de transmisión eléctrica para la energía.

U

Utilities Engineer

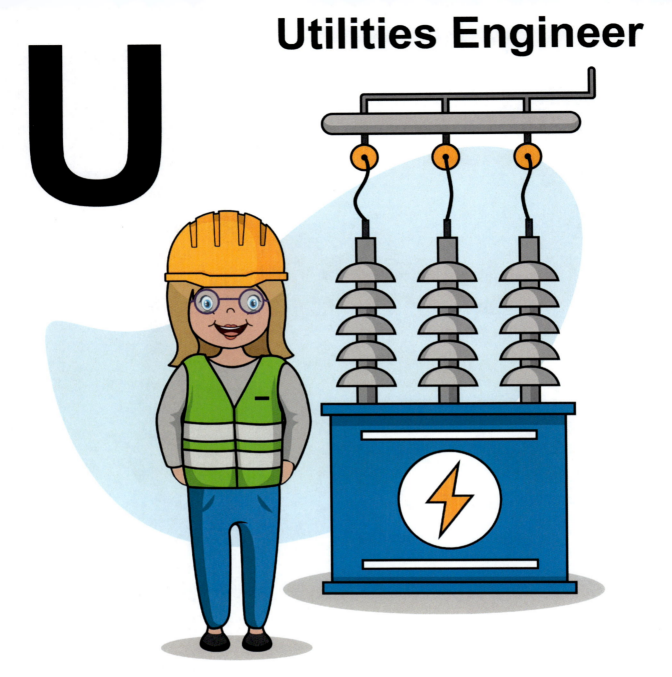

Mhandisi wa huduma

Wahandisi wa huduma hubuni, hutekeleza na kudumisha miundombinu ya huduma.

V

Veterinarian

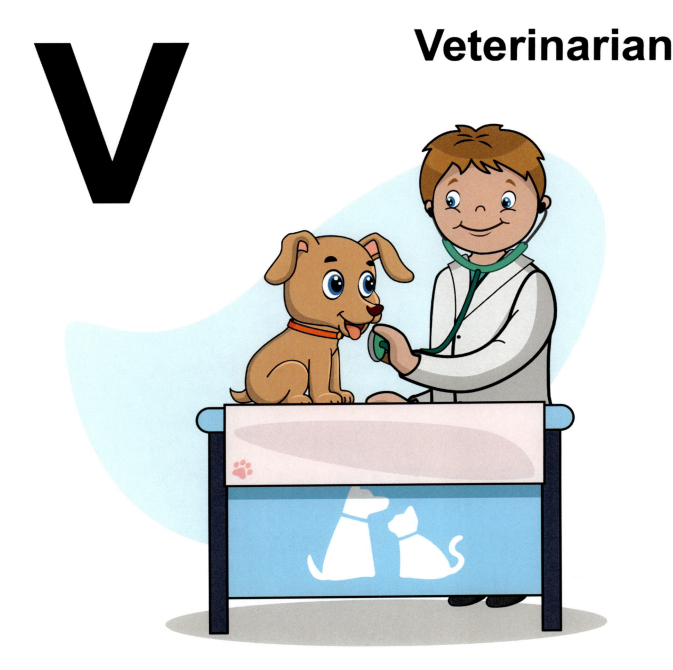

Daktari wa mifugo

Madaktari wa mifugo hutambua ugonjwa, hutibu, huchunguza na kutoa huduma za afya kwa wanyama.

W

Web Developer

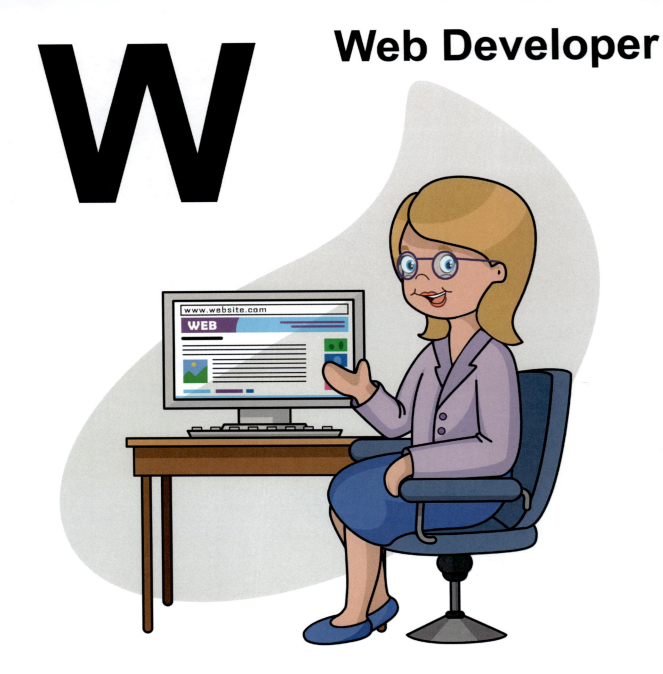

Muundaji wa wavuti

Waundaji wa wavuti huunda wavuti kupitia nambari ya kuandika na kufanya kazi kwa kutumia programu tumizi.

X X-Ray Technician

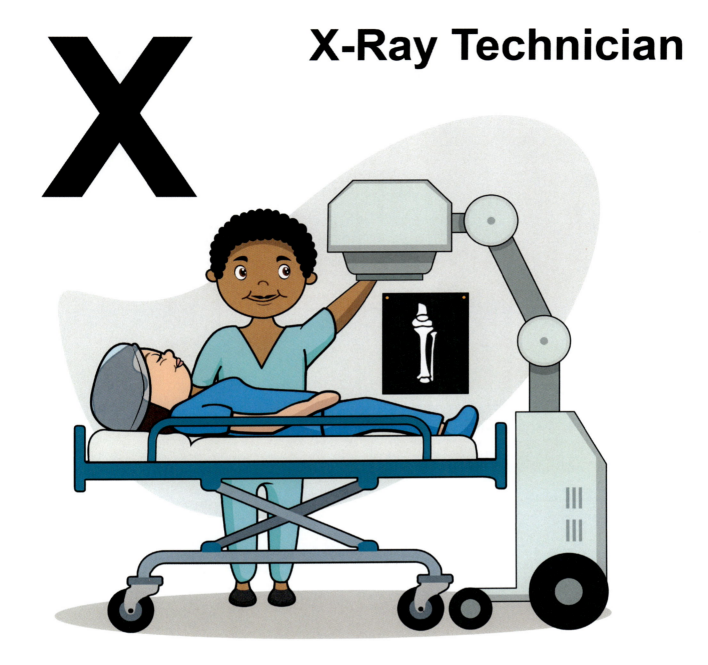

X –Fundi wa X ray

Mafundi wa X-ray wanawasaidia wataalam wa afya kwa kutumia vifaa vya x-ray kupiga picha ya mifupa.

Y

Yacht Designer

Mbuni wa Yacht

Wabuni wa Yacht hubuni vyombo vikubwa vya majini vya anasa vinavyotumiwa katika shughuli za starehe katika maji mengi kama vile bahari.

Z

Zoologist

Mtaalam wa wanyama

Wataalam wa wanyama ni wanasayansi wanaochunguza tabia na mienendo ya wanyama.

Made in the USA
Coppell, TX
03 February 2021